# ஆதாம் அகராதி

பதிப்பகம்

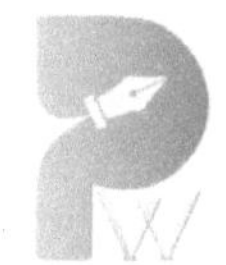

# ஆதாம் காதலின் அகராதி

மு. முத்துமாறன்

முனைவர் செ. ரவிசங்கர்
உதவிப்பேராசிரியர்,
ஒப்பிலக்கியத்துறை,
மதுரை காமராசர் பல்கலைக்கழகம்,
மதுரை - 21

# அணிந்துரை

'நமது பூமியில் எழுதுதல் என்பது கண்டறியப்படுவதன் முன்பே அச்சுப்பொறி கண்டறியப்படும் முன்பே கவிதை தழைத்தோங்கி வளர்ந்திருந்தது.

-பாப்லோநெருடா.

கவிதை எழுதுவதென்பது உணர்வுகளின் வெளிப்பாடு. ஏதாவது ஒரு காரணத்திற்காக உள்ளுணர்வு வேலை செய்யும் போது அது வார்த்தையாக மாறி வடிவமாகிறது. அந்த அடிப்படையில் முனைவர் முத்துமாறன் அருமையான கவிதைகளை எழுதியுள்ளார். அவருக்கு கவிதை தானே உருவெடுத்துக் கலையாக வந்திருக்கிறது.

உலகத்தில் முதலில் தோன்றிய இலக்கியம் காதல் தொடர்பான இலக்கியமாகத்தான் இருந்திருக்கிறது. முத்துமாறன் தனது கவிதையையும் காதல் ரசனையோடு வடித்துள்ளார்.

நீ
உண்டு
உதிரவிட்ட
சோற்றுப் பருக்கை தானடி
எனக்குக் கிடைத்த
பொங்கல்
"போனஸ்"

என்று மெல்லிய வார்த்தைகளால் பலரது மனது வருடும் கவிதையயை மிக எளிய பதங்களில் உருவாக்கியுள்ளார்.

எல்லோருக்கும் கல்லூரி வாழ்க்கை என்பது இனிப்பான தருணங்கள். மீண்டும் அந்த காலத்திற்குச் செல்ல முடியாது. ஆனால் மனதில் அசை போடலாம். அதுவும் சிலரது கவிதைகளை படிக்கும்போது தான். முத்துமாறனின்,

தேனீர்
இடைவேளையின் போது
நீ காணாத வேளையில்
நான் உன்னை ரசிக்க
நான் காணாத நேரத்தில்
நீ என்னை ருசிக்க
அந்த மாலை நேரம்
ஒரு மழைக்காலம்
போலவே கழிந்தது..


இக்கவிதை எத்துணை ரசிப்புத் தன்மையினை தன்னகத்தே கொண்டுள்ளது. கடந்த காலங்களின் பல்வேறான சிந்தனைக் களங்களைத் தொட்டு தட்டி விடுகிறது. காதலின் நேர்த்தியும், உணர்வும், பயம் கலந்த காதலின் பண்பு நிலையும் எல்லோருக்கும் இருக்கத்தான் செய்யும். அந்த உணர்வை இக்கவிதை வெளிப்படுத்துகிறது.

கவிஞர் என்ற அடையாளப்பட்ட முத்துமாறன் 5 ஆண்டுகள் என்னுடைய மேற்பார்வையில் முனைவர் பட்டம் செய்தவர். நல்லியல்புகள் பல பெற்றவர், நல்ல ஆய்வாளர், நல்ல மாணவர், நல்ல மனிதர். அவரிடத்தில் இருந்த புதுக்கவிதை எழுதும் ஆற்றலைக் இனங்கண்டு அவருக்கு புதுக்கவிதைகளில் இயற்கை என்ற தலைப்பைக் கொடுத்தேன். மிகச்சிறப்பாக ஆய்வினை முடித்து முனைவர் பட்டம் பெற்று விட்டார். அந்த ஆய்வேட்டின் சிறப்பினால்

உலகத்தமிழாராய்ச்சி நிறுவனம் நூலாகக் கொண்டு வந்தது. அந்த அளவு கவிதையின் மீது மிகுந்த ஆர்வம் கொண்டவர். இதுபோல இன்னும் பல கவிதைகளை அவர் எழுதி வெளியிட வாழ்த்துகிறேன்.

இடம் : மதுரை

வாழ்த்துகளோடு

செ. ரவிசங்கர்

முனைவர் க.தமிழ்மாறன்,
பேராசிரியர்,
தமிழாய்வுத் துறை,
அரசு கலைக் கல்லூரி,
அரியலூர் - **621 713**

## வாழ்த்துரை

வாலிபம் புன்னகை தேசத்தின் மகிழும் பூ பருவம். மீண்டு வரா கிடைப்பதற்கரியத் திரவியம் இளமைநாள்கள். உல்லாச ஊஞ்சலாடும் இளமைக் காலம்; காதல் வானால் சூழப்பட்டு மகிழ் விண்மீன்களால் நிரம்பியிருக்கும். எந்தவொரு புன்னகையும் தேனாற்றில் மிதந்து வரும் பலாச்சுளையாய்த் தித்திக்கும். நுங்கின் மெல்லிய, சந்தன வாசனைமிகு, மயிலிறகு மென்மையுடையது இளைஞர் இதயம். இளமையின் இதயங்களில் வானவில் நிறப்பிரிகையாய் காதல் வண்ணத்துப்பூச்சிகள் எப்போதும் சிறகடித்துப் பறந்துகொண்டே தான் இருக்கும்.

மின்மினிப் பூச்சிகளின் மினுமினுப்பாய், தங்க இழைகளால் நெசவு செய்யப்படுகிறது, காதல் உணர்வு. உலகின் எல்லா மனித இதயத்திலும் ஏதோ ஒருவயதில் அல்லது சூழலில் காதலெனும் வானவில் தோன்றி மறைந்திருக்கும் என்பர். வாலிப உள்ளங்களின் காதல் அலைகள் எப்போதும் தங்க மழையைத் தான் பொழிகின்றன. எவ்வளவு வயது முதிர்ந்தாலும் அந்த காதல் மினுமினுப்பு தேன்சிட்டாய் சிறகடிக்கும்.

மண்வாசனைமிகு, கண்களின் குறும்புகளோடு உலாவரும், செங்கரும்பின் இனிய காதல் தேன் துளிகளைப் புகுத்தி, கவிதை பன்னீர்ப்பூக்களால் நிரப்பியிருக்கிறார் கவிஞர் மு.முத்துமாறன். மெல்லிய உணர்வுமிகு வாசனை ரோஜா இயல்புடையப் பால்யக்காலப் பைந்தமிழ் காதலைக் கவிதை நாற்றாய் நிரல்படப் பதியமிட்டுள்ளார். நெற்கதிர்

வாசனையாய் இளம் வயது காதல் மணக்கிறது. மெல்லிய அன்புநிறை காதல் தேன்துளிகளைப் பக்குவப்படுத்திப் பரிமாறியிருக்கும் கவிஞர் மு.முத்துமாறன் அவர்களை வாழ்த்தி மகிழ்கிறேன்.

சமூக அக்கறையுடன், மொழி ஆளுமையுடன் மேலும் கவிதைகள் இவர் எழுதுகோல் வில்லிலிருந்து நாணேற்றப்படும் என உறுதியாய் நம்புகிறேன். தரமிகு தன்னிகரில்லா தமிழ்ப்படைப்புகளை நிரல்நிரலாய் இவர் தரணிக்குத் தந்திடுவார் என்று தயக்கமின்றி நம்புகிறேன். "ஆதாம் காதலின் அகராதி" என்னும் முதல் படைப்பின் வாயிலாக சிறகு முளைத்து உலாவரும் எமது கெழுதகை மாணவத் தோழர் - கவிஞர் மு.முத்துமாறன் அவர்களை நெஞ்சார வாழ்த்தி அகம் குளிர்கின்றேன். அவர்தம் "ஆதாம் காதலின் அகராதி" கவிதை நூலினைப் பன்னீர்த் தெளித்து, சந்தனத் திலகமிட்டு வாழ்த்தி வரவேற்று மகிழ்கிறேன். தமிழ் இலக்கிய உலகமும் மகிழும். வாழ்க! வெல்க!

வெல்லத்
தமிழில் வாழ்த்துகளோடு,
(க.தமிழ்மாறன்)

# என்னுரை

காதலே உலகை ஆள்கிறது. காதலால் இவ்வுலகம் வாழ்கிறது. பொருளில்லார்க்கு இவ்வுலகில்லை. அருளில்லார்க்கு அவ்வுலகில்லை. காதல் இல்லாதவர்க்கு எவ்வுலகுமில்லை. பெரம்பலூர் மாவட்டத்தின் வெங்கலம் கிராமத்தில் பிறந்தேன், முத்துசாமி மாரியாயி இணையருக்கு மகனாகப் பிறந்தேன். தற்சமயம் என்னை வளர்த்தெடுத்த தந்தை ஹேன்ஸ் ரோவர் கல்லூரியில் தமிழ் பேராசிரியராகப் பணியாற்றி வருகிறேன்.

இத்தனை காலமாய் என்னுடைய பள்ளிப் பருவத்திலிருந்தே கவிதை எழுதத் தொடங்கினேன். எனக்குள் மறைந்து எட்டிப்பார்த்துக் கொண்டிருந்த கவிஞனை கரம் பிடித்து அழைத்து வந்தப் பெருமை நான் பயின்ற தந்தை ஹேன்ஸ் ரோவர் கல்லூரியின் புல்வெளி கவியரங்கம் தான். எனக்கும் கவிதை வருமென இனங்கண்டு வளர்த்த பெருமை பேராசிரியர் தமிழ்மாறன் ஐயா அவர்களையேச் சாரும். அந்த புல்வெளியில் மெருகேறிய கவிதைகள் நல்லப்யிற்சி பெற்று பக்குவமாய் வெளிப்பட ஆரம்பித்தது. எத்தனை கவிதைகளை எழுதினாலும் காதலின் பக்கமே தலைசாயத் தொடங்கியது என் கவிதைகள்.

காதலை நான் பின் தொடரவில்லை. என்னைப் பற்றி எழுதென்று காதல் கவிதைகள் என்னைப் பின் தொடர

ஆரம்பித்தது. காதல் கவிதைகளை பக்குவமாய் வனைய முயன்றேன். கவிதைகளின் சாயலில் மனதைத் தொட்டவர்களைக் கவிதைகளுக்குள் கொண்டு வந்தேன். அவ்வப்போது நண்பர்கள் சொன்ன காதல் கதைகளையெல்லாம் கவிதைக்குள் கொண்டு வந்தேன். மனதில் வந்து போகும் சிலரை ஒரு முகமாய்க் கொண்டு கவிதைகளை எழுதத் தொடங்கினேன். ஒவ்வொன்றும் ஒவ்வொரு வெட்கச்சாயல். சில நேரங்களில் கோபச்சாரல் வீசும். சில நேரங்களில் முகாரியும் பாடும். காதலை பக்குவமாய் எழுதி வடிவம் கொடுத்து வர்ணித்திருக்கிறேன். யாரோ ஒருத்தி ஒரே ஒரு தீயைப் பற்றவைத்தாள் பற்றி எரிந்து கொண்டே இருக்கிறது. ஒவ்வொரு கவிதையிலும் உங்கள் காதல் நிச்சயமாய் வந்து போகும் என்பதில் எவ்வித ஐயப்பாடும் இல்லை. நீங்கள் தினமும் காணும் யாரோ ஒருவர் இக்கவிதைகளுக்குள் இடம் பிடிப்பார்.

இக்கவிதைகளை வெளிக்கொண்டுவர காரணமாயிருந்த என் பெற்றோருக்கும் உடன்பிறப்பாகிய முத்துச்செல்வன், லாவன்யா, சரண்யா ஆகியோருக்கும், என் குருநாதர் பேராசிரியர் க. தமிழ்மாறன் ஐயா மற்றும் பேராசிரியர் செ,ரவிசங்கர் ஐயா அவர்களுக்கும் என் உயிர் நண்பனாகிய எழுத்தாளர் சே.சுரேஷ் மற்றும் முனைவர் க.செந்தில்ராஜா, தோழி முனைவர் த.மகேஸ்வரி அவர்களுக்கும், நூல் வெளிவர உதவி புரிந்த அருமை தம்பி அருள் பிரசாத் அவர்களுக்கும் பதியம் இலக்கியச் சங்கமத்திற்கும் என் மனமார்ந்த நன்றியைத் தெரிவித்துக் கொள்கிறேன்.


பிரியமுடன்,
மு. முத்துமாறன்.

குயவனாய்

வனைய முயல்கிறேன்

வார்த்தைகளால்...

இருந்தும்

எழுத்துக்களெல்லாம்

குழைய ஆரம்பிக்கின்றது

உன்னைப்போலவே...


வாலிப வனத்தில்

கவனத்தோடு

எடுத்து வைத்தேன்

ஒவ்வொரு

அடியையும்

எவ்வளவோ

எச்சரிக்கையோடிருந்தும்

ஏமாந்து போனேன்

கன்னி வலையிடம்....

பேருந்து பயணத்தின் போது
பல பாடல்களின் நடுவே
மீண்டும் மீண்டும்
கேட்கத்தூண்டுகிறது.
நீ சிரிக்கும் சத்தம் மட்டும்...

தேனீர்
இடைவேளையின் போது
நீ காணாத வேளையில்
நான் உன்னை ரசிக்க
நான் காணாத நேரத்தில்
நீ என்னை ருசிக்க
அந்த மாலை நேரம்
ஒரு மழைக்காலம்
போலவே கழிந்தது..

15

ஒரு

புல்லாங்குழலைப் போல

உன்னை வாசிக்க நினைக்கிறேன்

உனக்குள் ஊடுருவி

காற்றாய்

வளைந்து வளைந்து

விளையாட வேண்டும்

உன் இசைவில்

அதிகமாய்

இசைக்க வேண்டும்.

அவள் தான் என் நிம்மதி

என்றதாலோ

என்னவோ

அவள் தொலைதலும்

என் தேடலும்

வாடிக்கையாய் போனது

உன்

விழி ஈர்ப்பு ஆயுதத்தால்

படுகொலை செய்து விடாதே....

என்னை

ஒரு மாதிரி

கொஞ்சம் புது மாதிரி

பருவக்கொலை செய்து விடு.

17

என்னைத்

திட்ட திட்ட

உன்னைத் தீட்டுகிறேன்

உன்னை

தீட்டுவதால்

நீ மிளிறுகிறாய்

நீ திட்டுவதால்

கூடவே

உன்னைப் பற்றி

அதிகமாய் உளறுகிறேன்.

18

இரவு நேரத்தில்

ஏதேதோ உளறுகிறேனாம்

அம்மா சொல்லித்

தெரிந்து கொண்டேன்

எப்படி சொல்லிப்

புரிய வைப்பேன்

உன்

நினைவால் வரும்

புலம்பலென்று....

உன்னுடைய

பல வேலைகளுக்கிடையில்

என்னை நினைக்கிறாயா? என்றெல்லாம்

எனக்குத்தெரியாது

எப்போதும்

உன்னை நினைப்பதே

எனக்கு வேலையாகிப் போனது.


உன் காதலைக் கொஞ்சம்

கடன் கொடு

விரைவில்

வட்டியும் முதலாக

தருகிறேன்

இது

கெஞ்சல் வழியென

நினைக்காதே

கொஞ்சல் வழி.

சுட்டெரிக்கும் சூரியனாய்
இமைகளுக்கிடையே
அமர்ந்தபடி
கண் சிமிட்டும்
உன் நினைவுகள்

இரவு நேர ஏக்கங்களில் மட்டும்
தணிக்கைக்கு தப்பிய
கனவுகளாக
என்னுள் தடுமாறி
தடம் புரள்கிறது

நீயும் நானும்
அடிக்கடி மோதும்
காதல் யுத்தம்
உன் ஒற்றை முத்தத்தில்
சத்தமில்லாமல்
முடிந்து போகிறது
மௌன யுத்தமாய்...

இவ்வளவு
அனல் காற்றிலும்
என் தாகத்திற்கு புனலாகிறது
உன் ஒர விழிப்பார்வை.

புத்தன் ஆகா விட்டாலும்
பரவாயில்லையடி.....
புத்தகமாய்
ஆகவேண்டும்
உன் நெஞ்சில்
தலை சாய்த்துக்கொள்ள.

அந்திமாலைப்

பொழுதொன்றில்

தூரத்திலிருந்து கையசைத்து

சாலையில் நடந்த

குழந்தையிடம்

குழைந்து மகிழ்கிறாள்.

அடடா.

அஞ்சல் வழியெல்லாம்

தோற்றுப்போனது

இவளின்

கொஞ்சல் வழி முன்பு.

உன் அழகையெல்லாம்

உன்னைவிட

இன்னும் அழகாய்

பத்திரப்படுத்தி வைத்திருக்கிறது

உனக்காக நான்

எழுதிய கவிதைகள்.

உன் நினைவுகள்

நெஞ்சில் நிறைந்து வழியும் போது

எப்போதெல்லாம்

தனிமையில் புலம்புகிறேனோ?

அக்கணம்

எல்லோர் பார்வைக்கும்

நானும் பைத்தியமே...

உன்னை

இழந்து விடுவேனோயெனும்

பயத்திலேயே

எனக்கே தெரியாமல்

என்னை என்றோ இழந்துவிட்டேன்

உன்னிடம்!

நீ இல்லாத நாட்களில் கூட

உனக்காகவே

நீ வரும் சாலையை எதிர் நோக்கியே

காத்திருக்கிறது

என் கண்களும்

என் காதலும்

25

ஒரு வித

வித்தியாசமான

உயிர்க்கொல்லி

உன் விழிகள்.

கொஞ்சம் கொஞ்சமாய்

கொன்று

தீர்க்கிறாய்

வலிக்காமலேயே

வதைத்து கொல்கிறாய்

நோகாமல்

நோகடிக்கிறாய்..

எங்கேயாவது போய்

தொலைந்து போ

என்கிறாய்

உனக்கு தெரியாதா?

நான்தான்

எப்போதோ

உனக்குள்ளே

தொலைந்து போனேனே..

உன்னைத்

தேடித்தேடி

தொலைந்து போகிறது

என் நிமிடங்கள்

நீ

இல்லையென்று தெரிந்தும்

மெய்யோடு சேர்ந்த

உயிராய்

என்னவோ மிச்சமிருக்கிறது

உனக்கும் எனக்கும்..

எவ்வளவு தான்

நீ நீயாகவும்

நான் நானாகவும்

அருகருகே அமர்ந்திருந்தாலும்

கூட

எல்லைமீறாத

நீயும் நானும்

நாம் நாமாக இருப்பதால்

புனிதமாகிறது காதல்.

அழகு கிறுக்கி
தொலைகிறேன்
உன்னாலே...
உன்
அழகை கிறுக்கித்
தொலைக்கிறேன்
மீண்டும் மீண்டும்
உன்னாலே.

நீண்ட இடைவெளியில்
தொலைதூர
பயணத்திற்கு பிறகு
ஓடி வந்து
என்
பாதமேறி உச்சி முகர்ந்து
முத்தமழைப் பொழிந்தாயே
அய்யோ
நான்
உச்சி குளிர்ந்து
போனேனடி...!

உன்னோடு
எவ்வளவு
சண்டை போட்டாலும்
கோபத்தை மறைக்கத் தெரியாமல்
நீ கொடுக்கும்
உன்
ஒற்றை முத்தத்தில்
ஏமாந்து விடுகிறேன்.


பூக்களைப் பறிப்பதற்கே
புலம்பித்
தீர்ப்பவளே
என்னுயிரை மட்டும்
கொஞ்சம்
கொஞ்சமாக
கொன்று தீர்க்கிறாய்
பொறுத்திரு
காதல்
உயிர்வதைச் சட்டத்தில்
உன்னை கைது செய்கிறேன்

மழையானவள்

நீ

அனுமதியின்றி

நனைக்கிறாய்

உன் ஆசை மழையில்

நனைகிறேன்.

காலச்சக்கரத்தின்

நேரம் போவதே

தெரியாமல்

உன்னோடு

பேசிக்கொண்டிருக்கையில்

ஒரேயொரு

கவலைதான் எனக்கு

என்னதான் அவசரமோ

தெரியவில்லை

இந்த நேரத்திற்கு

இவ்வளவு வேகம் எதற்கு?

ஒரு

புல்லாங்குழலைப் போல

உன்னை வாசிக்க நினைக்கிறேன்

உனக்குள் ஊடுருவி காற்றாய்

வளைந்து வளைந்து

விளையாட வேண்டும்

உன் இசைவில் அதிகமாய்

இசைக்க வேண்டும்.


முத்தங்களால்

மூச்சடைக்க வை.

உன் மூச்சுக்காற்றால்

மூர்ச்சையாக்கி விடு

நித்தம்

ஒரு முறையாவது சண்டையிடு.

உன் அன்பிற்காக

கொஞ்சம்

அலையவிடு.

வா அடிக்கடி தொடர

இப்போதே தொடங்கலாம்.

உன்னைக்

கண்டு கொள்ளாமல் இருந்ததில்லை

நான்.

என்னைக் கண்டால்

கொல்லாமல் இருந்ததே இல்லை

நீ

தேள் கொட்டுவது போலவாவது

பேசி விட்டுப்போ

நொடியாவது ஓடட்டும்

உன் பேர் சொல்லியே

எதிர்பாரா நேரத்தில்
நீ கொடுத்த
எதிர்பார்த்த முத்தம்
உன் மொத்த யுத்தத்தின்
நிசப்தம்...


என் விரல் ரேகையை விட
உன் இதழ் ரேகையில் தான்
எனக்கான
ஆயுள் ரேகை நீள்கிறது.
உன் இதழ் கொடு
என் ஜாதகத்தின்
சாதகம் புரியும்.

உன் இதழில் ருசித்த
எச்சில் சுவையை
இதுவரை
எந்த
தேனும் பாலும்
கொடுத்ததில்லை
எனக்கு திகட்டவுமில்லை.


நீ
உண்டு
உதிரவிட்ட
சோற்றுப் பருக்கை தானடி
எனக்குக் கிடைத்த
பொங்கல்
"போனஸ்".

ஆதாம் ஏவாளின்

ஆப்பிள்

இன்னும் மிச்சம் இருக்கிறது

நீயும் நானும்

சுவைத்துக் கொண்டிருக்கிறோம்

காதல் கனிரசமாக....


உப்பு

அளவாய்

இருக்கிறதா

என்று

நீ பார்த்த

குழம்பு

சக்கரையாய்

இனிக்கிறது..

முடிந்தவரை

அடுத்த பிறவியிலாவது

உன் காதோர கம்மலாக

வாழும் வாய்ப்பைப்

பெற்றுவிட வேண்டும்

உன்னோடு

உரசிக்கொண்டே வாழ்ந்திடுவேன்.


உன்னைத்

தவற விட்ட

நீண்ட இரவுகளுக்கெல்லாம்

அதிகமாய் வைக்கப்பட்டது

உன் பெயர் தான்.

மழையில்

நனைவதால்

ஜலதோசம் பிடித்தாலும்

பரவாயில்லை

நனைவது

உன்னோடு

என்பதால்

சந்தோசம் பிடித்திருக்கிறது..



காதலாற்றுப்படை

எழுதலாம்

என்னை நீ ஆற்றுப்படுத்து

உன்னை நான் ஆற்றுப்படுத்துகிறேன்.

பரிசு

முத்தம் மட்டுமே.

எனக்கு செவ்வாய் தோசமாம்
ஜோதிடன் சொல்கிறான்
உன் இதழ் ருசித்த ரகசியம்
அவனுக்கெப்படி தெரியும்
'செவ்' 'வாய்' தோசம்.

திமிர்பிடித்த
உன்
மௌனத்திற்கிடையில்
சிதைந்துபோய்
கிடக்கிறது
உன்னோடான காதல்.

மறத்துப்போன

உணர்வுகளில்

எப்படியோ

உயிர் பெறுகிறது

உன்

சின்னச்சின்ன

சில்மிஷங்கள்

மறந்து போகாத

நினைவுகளில் மட்டும்

உன்னைத்தவிர

வேறொன்றும்

இருப்பதில்லை..

என் காதல் தேவதையின்

ரம்மியமான உலகில்

யட்சினிகள் யாவரும்

அன்பின் ராட்சசிகளே!

அங்கு அடிமையுமில்லை...

அவள் கையில் வசியக்கோலுமில்லை...


ஆசையே

இன்பத்திற்கு காரணமென

அடிக்கடி கற்றுத் தரும்

புத்தனின்

கடைசி வாரிசு நீ.

உன் விரல்பட்ட தண்ணீருக்கு
என்ன ஒரு போதை?
என்னைப்போலவே....
நீ தொட்டவுடன்
எத்தனை சுற்று சுற்றுது பாரேன்!

ராகதேவனின்
மெட்டுகளெல்லாம்
மறந்தே போகிறது
உன் விழிகள் போடும்
சிம்பொனியில்...

காற்றுக்கு
இடம் கொடுக்காத
அணைப்பு

நித்தமும்
ரீங்காரமிடும்
உன் குரல்
நிலையில்லாத
ஊடல்
தனிமையில்லா
இரவுகள்
தோள் சாய
நீ......
தொண தொணக்கும்
கதைகள்
தொடரலாம்
இப்படியே
ஜென்மம்.

43

என்னை

நீ நலம் விசாரிக்கும்

ஒவ்வொரு தருணத்திற்காகவும்

உனக்காக

மீண்டும்

மீண்டும்

பலவீனமாகலாம்.

ஸ்பரிசத்தின்

உரசலில்

தெரிகிறது

நெருப்பின் பயம்.

நீ முட்டும் அதிர்வில்

அதிகமாகிறது

உன்னோடான காதல்.

உன் பார்வையின்

அர்த்தம் புரியாமல்

அலைகிறது

மனம்.

உடலை உரமேற்ற

காயகல்பம் சிறந்ததாமே!

நீ கொடுத்து போகும்

இதழ் ரசத்தை விடவா?

உன் இதழ் மீது
விரல் வைத்து விரட்டாதே
இதழோடு இதழ் வைத்து
வேண்டுமளவு மிரட்டு.




உனக்கு பிடித்த

பாடலையெல்லாம்

நான் முணுமுணுக்கும் தருணம்

நீயே பாடலாகிறாய்

என்னோடு
நீ வசி
உன்னை
நான் வாசிக்கிறேன்.

எத்தனையோமுறை
உன்னை அழகியென்று
வர்ணித்திருக்கிறேன்
ஒப்புக்கொள்ள மறுத்த
அக்கணமெல்லாம்
பேரழகியாகவே இருந்திருக்கிறாய்....

47

முன்னே வந்து

அமர்ந்து கொள்

வைத்த கண் எடுக்காமல்

என்னை நோக்கு

ஏதாவது ஒரு கவிதை

உன்னைப்பற்றி கேள்

மௌனத்தால் பேசு

நேரத்தை ருசி

உன்னை மொத்தமாக

என் கரத்தினுள் வை

என்னை கொத்தாக எடுத்துப்போ.

சிற்றளவு தேன்
சுற்றளவில் நீ
பெருந்துளி கலந்து விடு
அன்பால்.....

உன் விரல்பட்ட தேயிலைத்தூள்
கொஞ்சும் சிறு முத்தம்
உன் உதட்டோரப் புன்னகை

உன் கரம்பட்ட இளஞ்சூட்டுடன்
கரைய வேண்டும்
மாலை நேர தேனீர் பொழுதுகள்.

யுகங்களின்
தூரமெல்லாம்
கொஞ்சம் குறைவாகத்தான்
இருக்கும் போல
உன் நினைவுகளுடன் மட்டும் கடக்கும்
சில மணித்துளிகளை விட...

மெய் மறைந்த
பொய்யாயில்லாமல்
மெய் மறந்த மெய்யாகவே இருக்கட்டும்
நீ என் காதோரம் கிசுகிசுத்த அந்த...
காதல் கதை.


உன்னுடன்
மகிழ்ந்து கழிக்கும்
இப்பொழுதுகள்
கனவென்றாலும்
கவலையில்லை
கலைந்து போகாமல் மரித்துப்போகட்டும்
என் கருமேனி.

உன்னால் முடிந்தவரை

வருடிக்கொடு

சில வார்த்தைகளுக்கு

வாய்க்கட்டும்

விரல்பட்ட உன் ஆசிகள்

தீரட்டும் உனக்காக

நான் சுமந்த வார்த்தைகளின் ஆசைகள்.

எனக்கென்று

எதுவும் கேட்கவில்லை

உன்னிடம்

என்னோடு மட்டும் இருந்து விடு இது போதுமெனக்கு.

51

நானெல்லாம்

அழகே இல்லையென

தம்பட்டம்

அடிக்காமல் சொல்லி விடுகிறாய்

உனக்கென்ன தெரியும்?

உன் அழகெல்லாம்

எந்த எல்லைக்குள்ளும் அடக்கமுடியாத

இன்ஃபினிடி தெரியுமா?


போடி போ

தயவு செய்து

அழகின் அகராதி ஆகி விடு.

52

இப்பொழுதெல்லாம்

கோடைமழை போல

எப்போதாவது

வருகிறாய்

குளிர்ந்து போகிறது

இதயம்

மண்வாசம் போல

தொடர்ந்து கொண்டே இருக்கிறது

உன் நினைவுகள்.

எனக்குத்தெரியாமல் கூட
உனக்கு
நிச்சயிக்கப் பட்டிருக்கலாம்
உனக்குத் தெரியுமா?
நீ என்றுமே
எனக்கு
நிச்சயிக்கப்பட்ட காதலியென்று.

உன்னை மறந்து விட்டதாய்ச்
சொன்னாலும்
யாருமற்ற
தனிமையில்
உன் நினைவுகள்
தானாக வந்து
என்னைக் கொல்கிறது.

தேடும் எண்ணம்
எனக்கில்லை...
இருந்தும்
தொலைந்து போகாதே......

இறந்த காலங்கள்
உயிர்ப்புடன் தான் இருக்கின்றன
எதையாவது ஒன்றை
நினைவுபடுத்திக்கொண்டே

எனக்கு
முன்னேயும் பின்னேயும்
எப்போதும்
தொடர்ந்து கொண்டே இருக்கிறது
உன் நினைவுகள் மட்டும்.

ரகசியமாய் பேசிய பேச்சுகளுக்கு ரசனையைக்
கற்றுக்கொடுத்தாய்.
ராத்திரி கனவுகளுக்கு
வெளிச்சக்காடாய்
வலை விரித்தாய்.
இப்போதெல்லாம்
அத்தனைக்கும் ரௌத்திரம் கற்றுக்கொடுக்கிறாய்.


அவள் தான்
என் நிம்மதி என்றதாலோ
என்னவோ
அவள் தொலைதலும்
என் தேடலும்
வாடிக்கையாய் போனது...

உனக்கும் எனக்குமான

நீண்ட இடைவெளியில்

கொஞ்சம் கொஞ்சமாய்

தொலைந்து போனது

உன் மீதான கோபமும்

வெறுப்பும் மட்டுமல்ல

என் அளவுக்கதிகமான நேசமும் தான்.

விடாமல் ஒட்டிக்கொண்ட

உன் நினைவுகள் மட்டும்

நீ என்னுள் வாழ்ந்தாய் என்பதற்கான அடையாளமாய்...

அவ்வப்போது தலைகாட்டிப்போகிறது.

நீ தவறு செய்யினும்

உன்னைத் தண்டிக்க நினைப்பதில்லை.

மனம் மகிழ வாழ்.
ஆதாம் காதலின்
அகராதி தேடு.
நேரம் கடத்து.
கடிகார முள்ளைக் கழற்றி எறி.
மடல் எழுதிப்பழகு.
பொறுமையின்
வாழிடம் கண்டுபிடி.
மகிழ்வின்
முகவரி தேடிப்பிடி
முடிந்தவரை காதலையும் படி.
பூக்களிடம்
புறநானூறு
கற்றுக்கொள்.
உளறல் மொழி
பேசிப் பழகு.
மனதில் பட்டதை
கிறுக்கித் தொலை.
முட்டாள் பட்டம்
காதலில் மட்டுமே சாத்தியம்.
அணு அணுவாய் இறந்து
இறுதியில் உயிர்த்தெழு.
காதலி... காதலாகி காதலி.

நீ என்னை விட்டு
தொலைதூரம் சென்ற பிறகு
கவிதையும்
பிடிக்கவில்லை
ஒரு கவிதையும் பிடிபடவில்லை.

ஆதாம் காதலின் அகராதி

Poetry World Org.